AF188128

Impressum
Verlag: BABADADA GmbH, Nedderfeld 112 , 22529 Hamburg
Geschäftsführer / Verlagsleitung: Harald Hof
Druck: Books on Demand GmbH, In de Tarpen 42, 22848 Norderstedt

Imprint
Publisher: BABADADA GmbH, Nedderfeld 112 , 22529 Hamburg, Germany
Managing Director / Publishing direction: Harald Hof
Print: Books on Demand GmbH, In de Tarpen 42, 22848 Norderstedt

koulu

ishuri

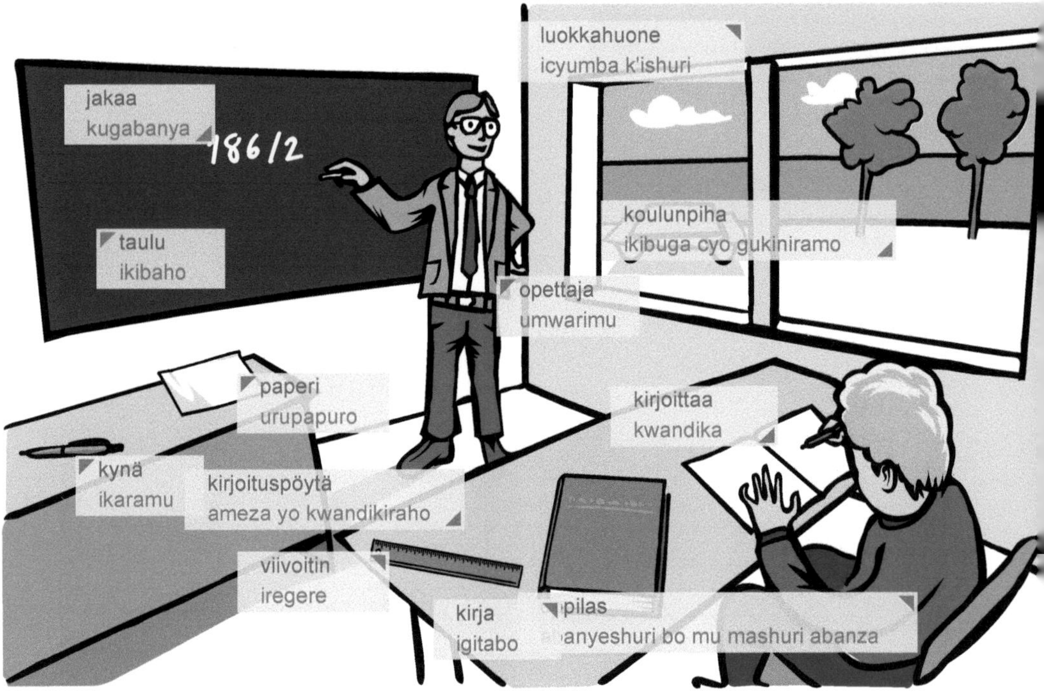
luokkahuone
icyumba k'ishuri
jakaa
kugabanya
186/2
taulu
ikibaho
koulunpiha
ikibuga cyo gukiniramo
opettaja
umwarimu
paperi
urupapuro
kirjoittaa
kwandika
kynä
ikaramu
kirjoituspöytä
ameza yo kwandikiraho
viivoitin
iregere
kirja
igitabo
pilas
anyeshuri bo mu mashuri abanza

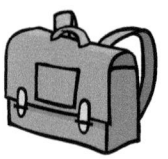

reppu

agahago k'ishuri

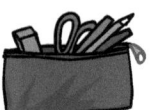

penaali

agasanduku k'amakaramu y'igiti

lyijykynä

ikaramu y'igiti

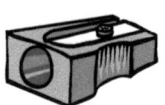

kynänteroitin

tayekereyo

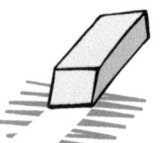

pyyhekumi

igome

piirustuslehtiö

ikayi yo gushushanya

piirustus

igishushanyo

pensseli

uburoso bwo gusigisha

vesivärit

agasanduku k'amarangi y'amabara

sakset

umukasi

liima

kore

harjoituskirja

ikayi y'imyitozo

kotitehtävä

umukoro w'imuhira

12

luku

umubare

2+2

lisätä

guteranya

5-2

vähentää

gukuramo

2×2

kertoa

gukuba

laskea

kubara

kirjain

ibaruwa

ABCDEFG HIJKLMN OPQRSTU VWXYZ

aakkoset

inyuguti uko zikurikirana

sana

ijambo

teksti

umwandiko

lukea

gusoma

liitu

ingwa

oppitunti

isomo

opettajan muistikirja

igitabo cyo
kwiyandikishamo

koe

ikizami

todistus

impamyabumenyi

koulupuku

umwambaro w'ishuri

koulutus

uburezi

sanakirja

inkoranyamagambo

yliopisto

kaminuza

mikroskooppi

mikorosikope

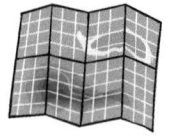

kartta

ikarita

roskakori

pubere

matka

urugendo

hotelli
hoteli
Grand
retkeilymaja
inzu y'amacumbi
rahanvaihto
ku muvunjayi
EXCHANGE
matkalaukku
ivarisi
auto
imodoka

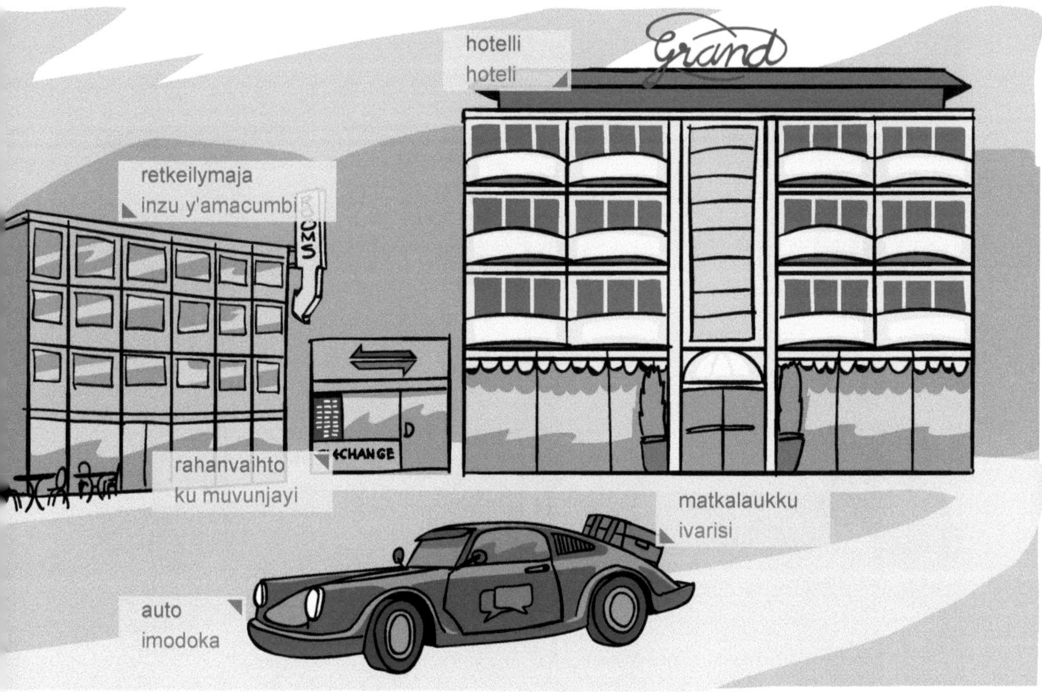

kieli

ururimi

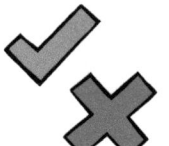

kyllä / ei

yego / oya

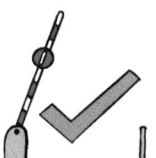

selvä

Yego

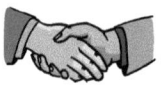

hei

bite

tulkki

umusemuzi

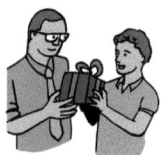

kiitos

Murakoze

Paljonko...maksaa?

ni angahe...?

en ymmärrä

Sinsobanukiwe

ongelma

ikibazo

Hyvää iltaa!

wiriwe!

Hyvää huomenta!

Waramutse

Hyvää yötä!

Ijoro ryiza

näkemiin

bayi

suunta

ikerekezo

matkatavarat

imizigo

laukku

igikapo

reppu

igikapo baheka

vieras

umushyitsi

huone

icyumba

makuupussi

agafuko baryamamo

teltta

ihema

turisti-info

makuru y'ahasurwa na ba mukerarugendo

ranta

ku musenyi wo ku mazi

luottokortti

ikarita ya banki

aamupala

ifunguro ryo gusamura

lounas

ifunguro rya ku manywa

päivällinen

ifunguro rya nimugoroba

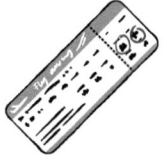

matkalippu

itike

hissi

asanseri

postimerkki

itembure

raja

umupaka

tulli

gasutamo

suurlähetystö

ambasade

viisumi

viza

passi

pasiporo

kuljetus
gutwara abantu n'ibintu

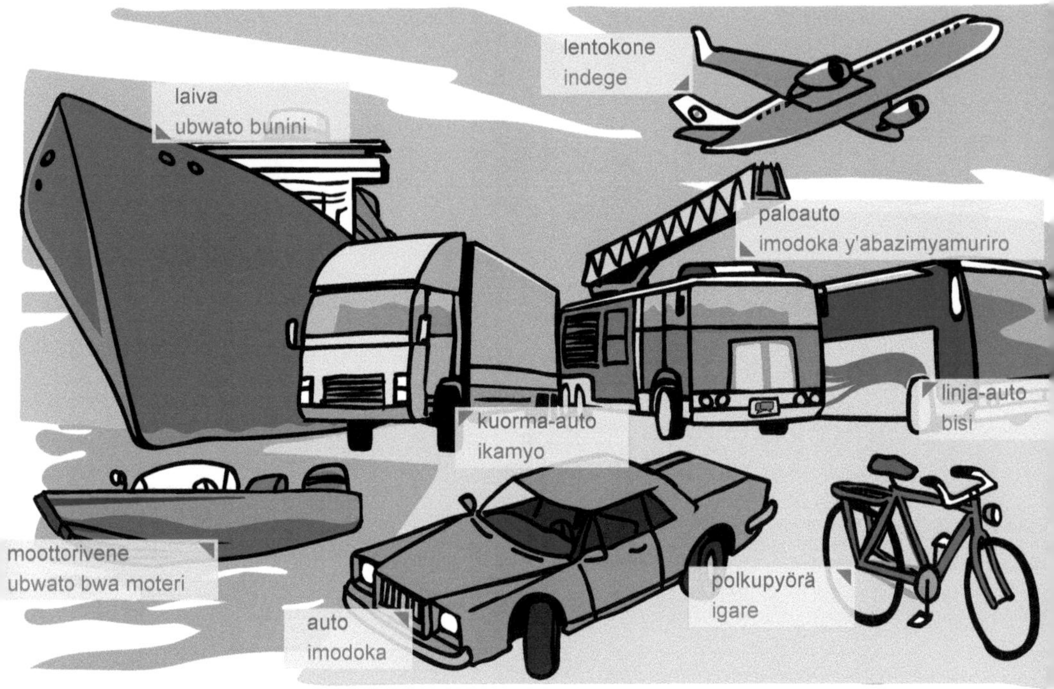
lentokone
indege
laiva
ubwato bunini
paloauto
imodoka y'abazimyamuriro
linja-auto
bisi
kuorma-auto
ikamyo
moottorivene
ubwato bwa moteri
polkupyörä
igare
auto
imodoka

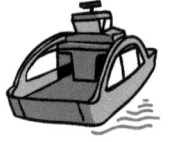

lautta

ubwato bwambutsa imizigo n'abantu

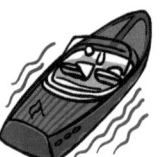

vene

ubwato

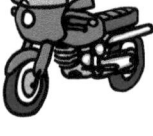

moottoripyörä

ipikipiki

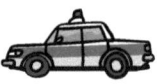

poliisiauto

imodoka ya polisi

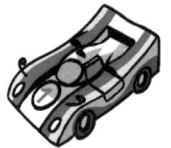

kilpa-auto

imodoka ya kuruse

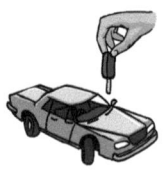

vuokra-auto

imodoka ikodeshwa

car sharing

gusangira imodoka

hinausauto

imodoka iterura izindi

roska-auto

imodoka iyora imyanda

moottori

moteri

polttoaine

lisansi

huoltoasema

sitasiyo ya lisansi

liikennemerkki

cyapa kiyobora imodoka

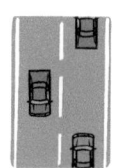

liikenne

urujya n'uruza rw'imodoka

ruuhka

ambuteyaje

parkkipaikka

parikingi y'imodoka

rautatieasema

gare ya gariyamoshi

raiteet

inzira ya gariyamoshi

juna

gariyamoshi

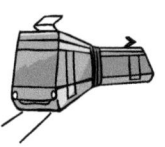

raitiovaunu

bisi ikoresha
amashanyarazi

vaunu

agatete k'imizigo gakururwa
n'imodoka

helikopteri

kajugujugu

lentokenttä

ikibuga k'indege

lähilennonjohto

umunara

matkustaja

umugenzi

kontti

konteneri

pahvilaatikko

ikarito

kärryt

akagorofani ko mu iduka

kori

agaseke

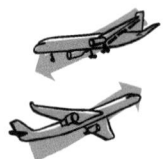

nousta / laskea

kuguruka / kururuka

kaupunki

umugi

kylä

umudugudu

keskusta

mu mujyi rwagati

talo

inzu

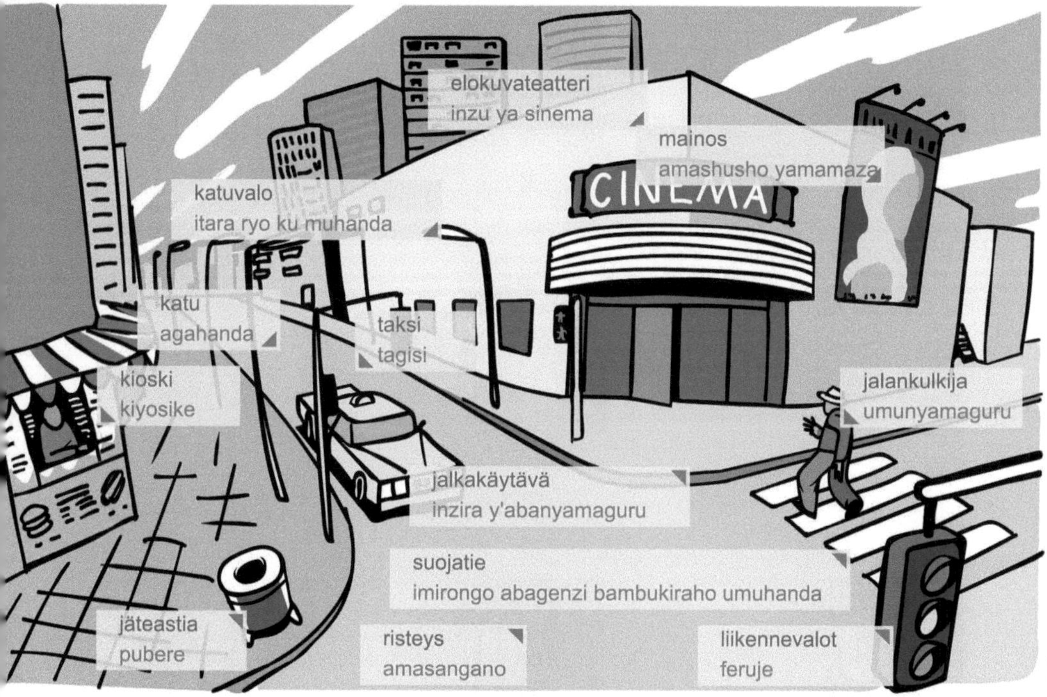
elokuvateatteri
inzu ya sinema
mainos
amashusho yamamaza
CINEMA
katuvalo
itara ryo ku muhanda
katu
agahanda
taksi
tagisi
kioski
kiyosike
jalankulkija
umunyamaguru
jalkakäytävä
inzira y'abanyamaguru
suojatie
imirongo abagenzi bambukiraho umuhanda
jäteastia
pubere
risteys
amasangano
liikennevalot
feruje

mökki

akaruri

kerrostalo

inzu ifatanye n'izindi

rautatieasema

gare ya gariyamoshi

kaupungintalo

ibiro bya meya

MUSEUM

museo

inzu ndangamurage

koulu

ishuri

yliopisto
kaminuza

pankki
banki

sairaala
ibitaro

hotelli
hoteli

apteekki
farumasi

toimisto
ibiro

kirjakauppa
inzu bagurishirizamo ibitabo

liike
iduka

kukkakauppa
umucuruzi w'indabo

supermarketti
amangazini manini

tori
isoko

tavaratalo
idepo

kalakauppias
umucuruzi w'amafi

ostoskeskus
iduka rinini

satama
icyambu

puisto

parike

penkki

intebe y'urubaho

silta

iteme

portaat

amadarajya

metro

inzira yo munsi y'ubutaka

tunneli

umuhanda wo munsi
y'ubutaka

linja-autopysäkki

icyapa cya bisi

baari

bare

ravintola

resitora

postilaatikko

gasanduku k'amabaruwa

katukyltti

icyapa cyo ku muhanda

parkkimittari

mubazi ya parikingi

eläintarha

zoo

uimala

pisine

moskeija

umusigiti

maatila

ifamu

ympäristön saastuminen

kwangiza umwuka

hautausmaa

irimbi

kirkko

ikiriziya

leikkikenttä

ikibuga k'imikino

temppeli

urusengero

maisema

umurambi

lehti
ikibabi

tienviitta
icyapa kiyobora

tie
inzira

niitty
umukenke

kivi
ibuye

retkeilijä
umuntu utembera mu misozi

puu
igiti

joki
umugezi

ruoho
ibyatsi

kukka
indabo

laakso

ikibaya

vuori

agasozi

järvi

ikiyaga

metsä

ishyamba

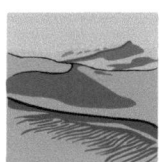

aavikko

ubutayu

tulivuori

ikirunga

linna

ingoro

sateenkaari

umukororombya

sieni

icyobo

palmu

ikigazi

hyttynen

umubu

kärpänen

isazi

muurahainen

intozi

mehiläinen

uruyuki

hämähäkki

igitagangurirwa

kovakuoriainen

ikivumvuri

sammakko

igikeri

orava

inkima

siili

imbuni

jänis

urukwavu

pöllö

igihunyira

lintu

inyoni

joutsen

igishuhe

villisika

isatura

peura

ingeragere

hirvi

impongo

pato

urugomero

tuulimylly

igipanga kikaraga kikazana
umuyaga

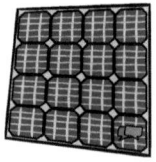

aurinkopaneeli

urubaho rukurura imirasire

ilmasto

ikirere

ravintola
resitora

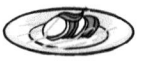

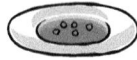

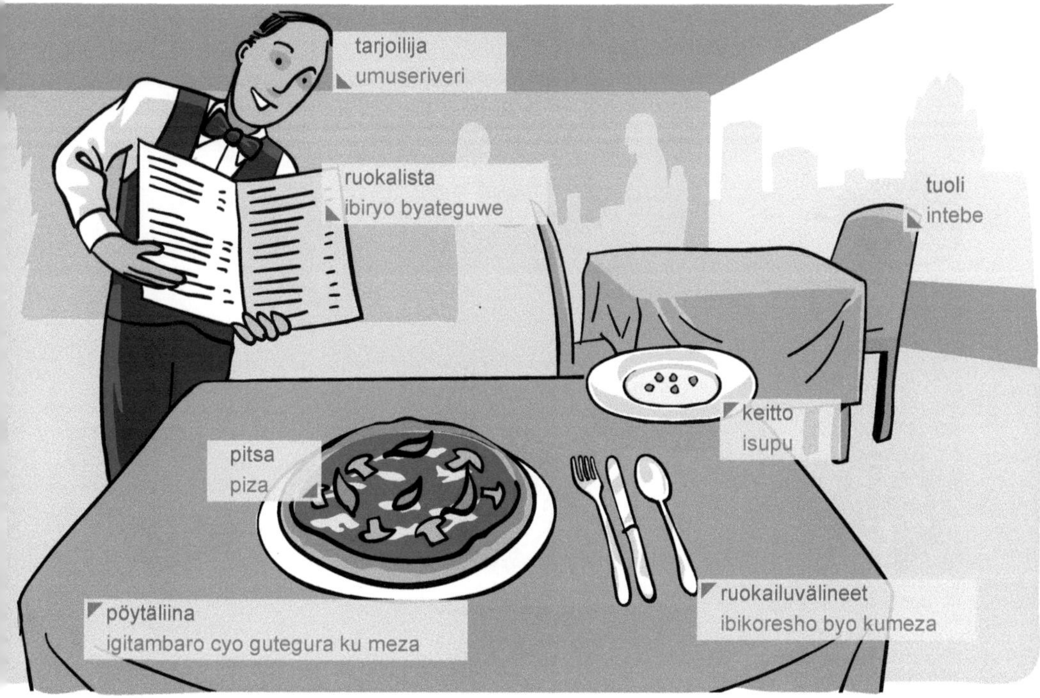

tarjoilija
umuseriveri
ruokalista
ibiryo byateguwe
tuoli
intebe
keitto
isupu
pitsa
piza
pöytäliina
igitambaro cyo gutegura ku meza
ruokailuvälineet
ibikoresho byo kumeza

alkuruoka

aperitifu

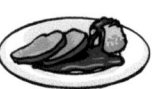

pääruoka

isahani nkuru

jälkiruoka

deseri

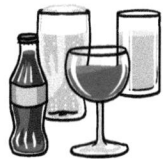

juomat

ibinyobwa

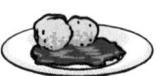

ruoka

ibiribwa

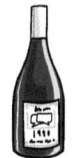

pullo

icupa

pikaruoka

ibiryo barya bagenda

katuruoka

ibiryo byo kumuhanda

teekannu

ibirika y'icyayi

sokeriastia

agakombe k'isukari

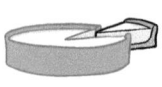

annos

isahani y'ibiryo

espressokeitin

imashini y'ikawa ya
esipereso

syöttötuoli

intebe ndende

lasku

inyemezabuguzi

tarjotin

ipurato

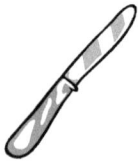

veitsi

icyuma

haarukka

ikanya

lusikka

ikiyiko

teelusikka

akayiko k'icyayi

servietti

seriviyete

lasi

ikirahure cyo kunywesha

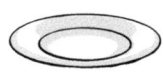

lautanen

isahani

syvä lautanen

isahani y'isupu

aluslautanen

agasutasi

kastike

isosi

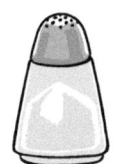

suolasirotin

agacupa k'umunyu

pippurimylly

agasekuru k'urusenda

etikka

vinegere

öljy

amavuta

mausteet

ibirunge

ketsuppi

kecapu

sinappi

mutaride

majoneesi

mayonezi

supermarketti

amangazini manini

tarjous
igiciro kidasanzwe
asiakas
umukiriya
maitotuotteet
ibiva mu mata
hedelmät
imbuto
ostoskärryt
akagorofani ko mu iduka
FOR

BUTCHERS

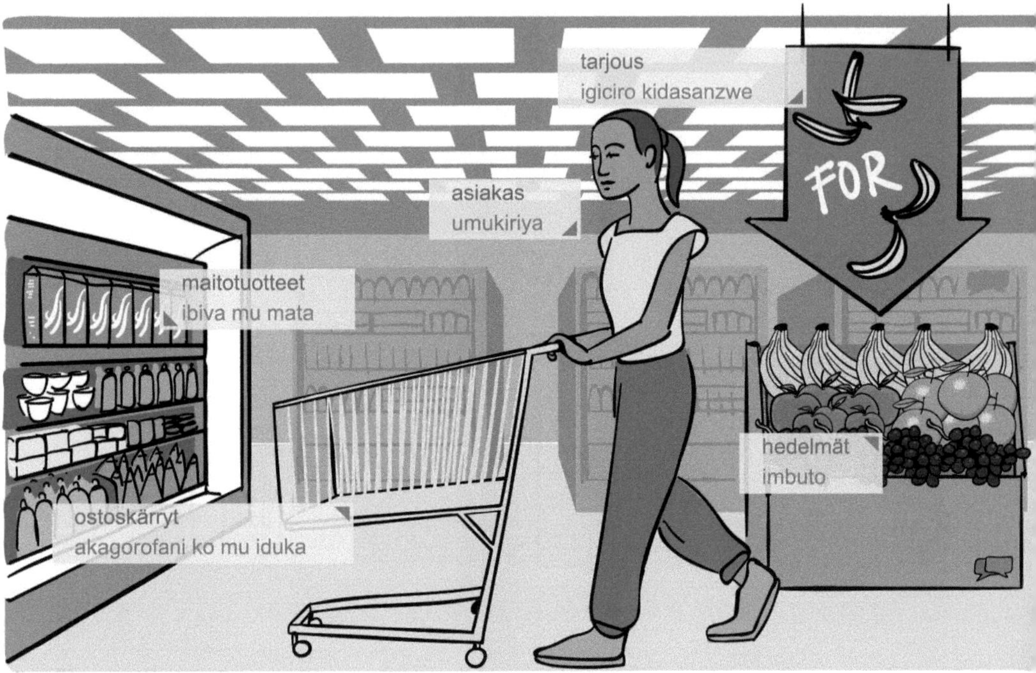

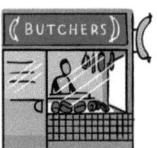

teurastamo

busheri

BAKERY

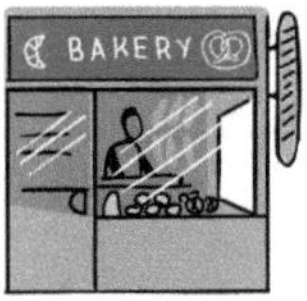

leipomo

buranjeri

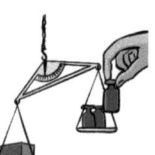

punnita

gupima ibiro

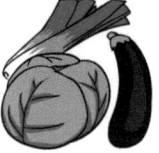

kasvikset

imboga

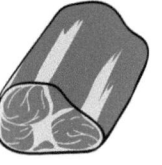

liha

inyama

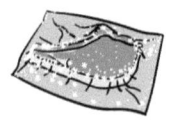

pakasteet

ibiryo bakonjesheje

leikkele

inyama zikonje

säilykkeet

ibiryo byo mu makopo

pesujauhe

isabune y'ifu

makeiset

bombo

kotitaloustarvikkeet

ibikoresho byo mu rugo

puhdistusaineet

imiti isukura

myyjä

umucuruzikazi

kassa

kukesa

kassanhoitaja

umubitsi

ostoslista

urutonde rwo guhaha

aukioloajat

amasaha haba hafunguye

lompakko

ipotomoni

luottokortti

ikarita ya banki

kassi

umufuka

muovipussi

imifuko ya pulasitike

vesi

amazi

mehu

umutobe

maito

amata

kokis

koka

viini

divayi

olut

byeri

alkoholi

inzoga

kaakao

shokora ishyushye

tee

icyayi

kahvi

ikawa

espresso

ikawa ya esipereso

cappuccino

kapucino

banaani
umuneke

omena
pome

appelsiini
icunga

meloni
wotameloni

sitruuna
indimu

porkkana
karoti

valkosipuli
tungurusumu

bambu
umugano

sipuli
urutunguru

sieni
icyoba

pähkinät
ubunyobwa

spagetti
amakaroni

spagetti

spageti

riisi

umuceri

salaatti

salade

ranskalaiset

udufiriti

paistetut perunat

ibirayi by'ifiriti

pitsa

piza

hampurilainen

hamburugeri

voileipä

sanduwici

leike

escalope

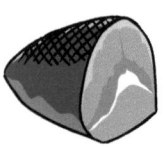

kinkku

jambo

salami

salami

makkara

sosiso

kana

inkoko

paisti

kotsa

kala

ifi

kaurahiutaleet

igikoma cy'uburo

mysli

pisitashi

murot

impeke

jauho

ifu

voisarvi

kuruwasa

sämpylä

amandazi

leipä

umugati

paahtoleipä

umugati wumishijwe

keksit

ibisuguti

voi

amavuta

rahka

forumaje year

kakku

keke

kananmuna

igi

paistettu kananmuna

umureti

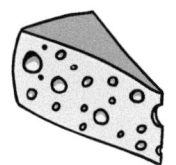

juusto

forumaje

jäätelö

ayisikirimu

sokeri

isukari

hunaja

ubuki

hillo

konfitire

suklaapähkinälevite

shokora

curry

kiri

maatila
ifamu

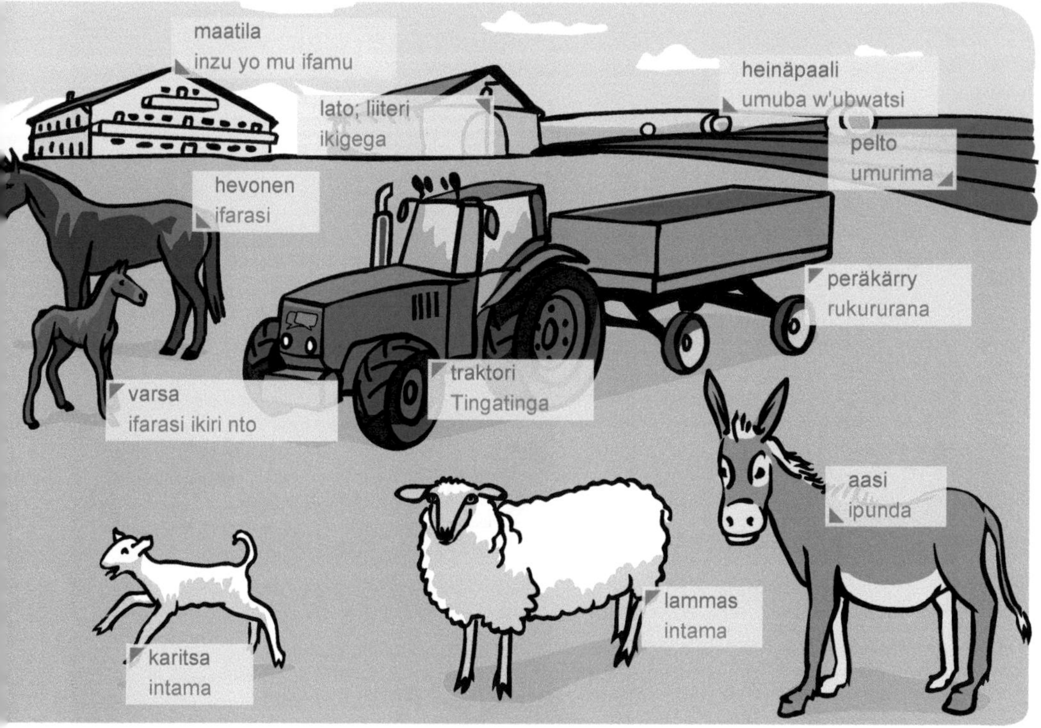

maatila
inzu yo mu ifamu
lato; liiteri
ikigega
heinäpaali
umuba w'ubwatsi
pelto
umurima
hevonen
ifarasi
peräkärry
rukururana
traktori
Tingatinga
varsa
ifarasi ikiri nto
aasi
ipunda
lammas
intama
karitsa
intama

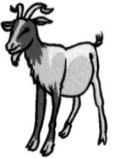

vuohi
ihene

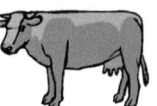

lehmä
inka

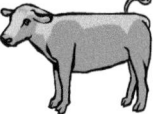

vasikka
umutavu

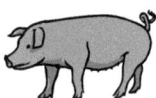

sika
ingurube

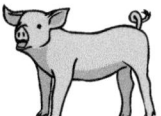

porsas
ikibwana k'ingurube

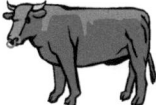

sonni
ikimasa

hanhi

igishuhe

ankka

imbata

tipu

umushwi

kana

inkokokazi

kukko

isake

rotta

imbeba

kissa

injangwe

hiiri

imbeba

härkä

ikimasa

koira

imbwa

koirankoppi

ikiruka

puutarhaletku

itiyo ijyana mu karima

kastelukannu

arozuwari

viikate

najuru

aura

imashini ihinga

sirppi

najuru

kuokka

isuka

talikko

rato

kirves

ishoka

kottikärryt

ingorofani

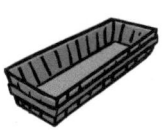

kaukalo

ikibumbiro

maitokannu

inkongoro

säkki

igunira

aita

urugo

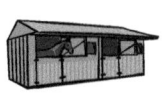

talli

ikiraro

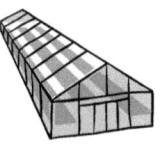

kasvihuone

inzu ihingwamo

maa

ubutaka

siemen

imbuto zo gutera

lannoite

ifumbire

leikkuupuimuri

imashini isarura

kerätä sato

gusarura

sato

umusaruro

jamssit

ibikoro

vehnä

ingano

soija

soya

peruna

ikirayi

maissi

ikigori

rypsi

umwayi weze

hedelmäpuu

igiti k'imbuto

maniokki

umwumbati

vilja

impeke

talo
inzu

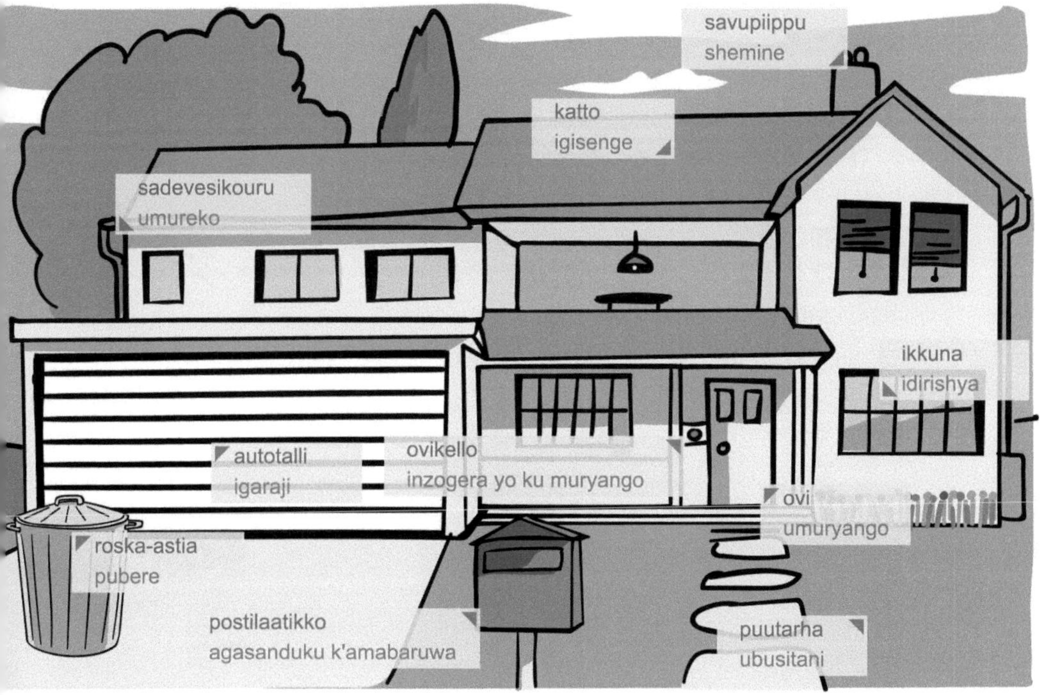

savupiippu
shemine
katto
igisenge
sadevesikouru
umureko
ikkuna
idirishya
autotalli
igaraji
ovikello
inzogera yo ku muryango
ovi
umuryango
roska-astia
pubere
postilaatikko
agasanduku k'amabaruwa
puutarha
ubusitani

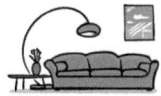

olohuone

icyumba cy'uruganiriro

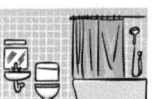

kylpyhuone

ubwogero

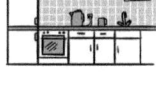

keittiö

igikoni

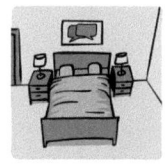

makuuhuone

icyumba cyo kuraramo

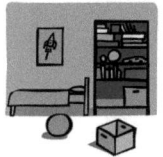

lastenhuone

icyumba cy'abana

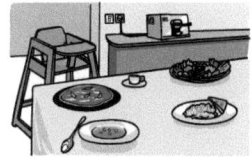

ruokahuone

uburiro

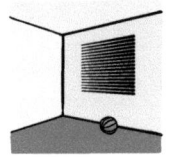

lattia

hasi

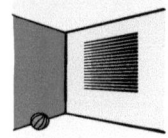

seinä

urukuta

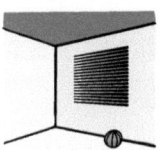

katto

purafo

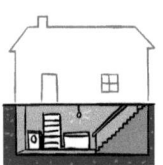

kellari

kave

sauna

sawuna

parveke

urubaraza

terassi

ku rubaraza

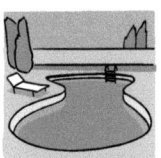

uima-allas

pisine

ruohonleikkuri

imashini ikupakupa

lakana

umwenda utwikira

päiväpeitto

kuvureri

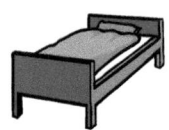

sänky

igitanda

harja

umweyo

ämpäri

indobo

katkaisin

enteributeri

olohuone
icyumba cy'uruganiriro

tapetti
urupapuro rwomekwa ku rukuta
kuva
ifoto
lamppu
itara
hylly
etajere
kaappi
akabati
televisio
televiziyo
takka
shemine
kukka
indabo
tyyny
umusego
sohva
ifoteyi nini
maljakko
icyungo k'indabo
kaukosäädin
terekomande

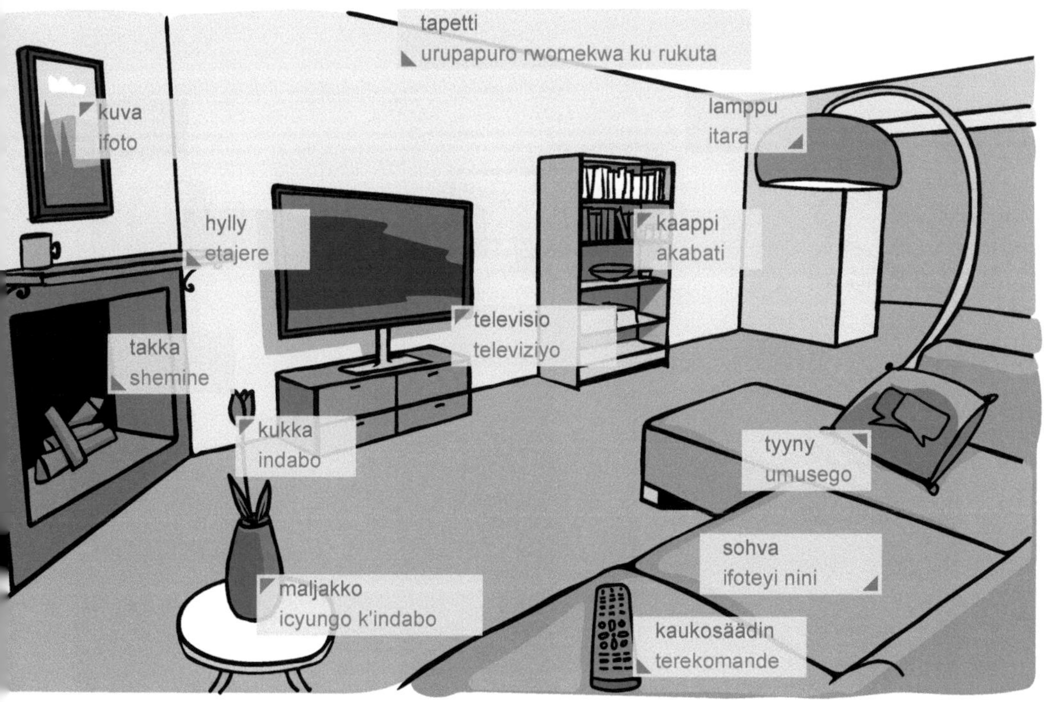

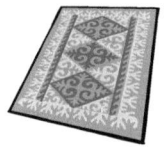

matto
itapi

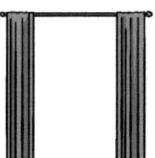

verho
rido

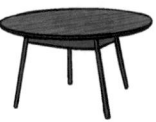

pöytä
ameza

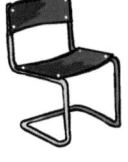

tuoli
intebe

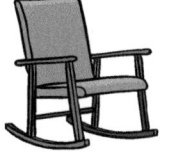

keinutuoli
intebe yizengurutsa

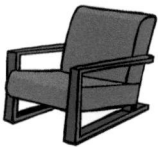

nojatuoli
ifoteyi

kirja
igitabo

peitto
uburingiti

koriste
umutako

polttopuut
inkwi

elokuva
filimi

stereot
ibikoresho bya hifi

avain
urufunguzo

sanomalehti
ikinyamakuru

maalaus
ishusho

juliste
icyapa

radio
iradiyo

muistivihko
ikarine

pölynimuri
umweyo wa kizungu
ukoresha umwka

kaktus
ikimungu

kynttilä
buji

keittiö
igikoni

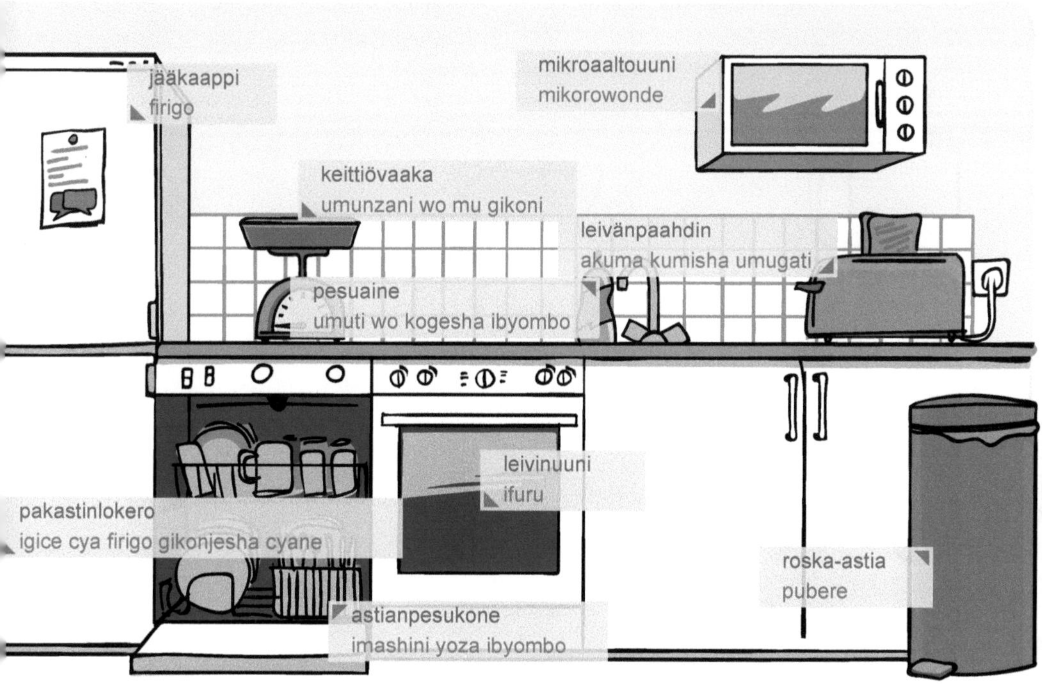

jääkaappi
firigo
mikroaaltouuni
mikorowonde
keittiövaaka
umunzani wo mu gikoni
leivänpaahdin
akuma kumisha umugati
pesuaine
umuti wo kogesha ibyombo
leivinuuni
ifuru
pakastinlokero
igice cya firigo gikonjesha cyane
roska-astia
pubere
astianpesukone
imashini yoza ibyombo

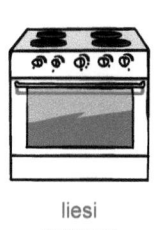

liesi

iziko

kattila

icyungo

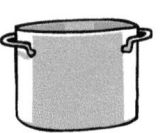

rautapata

inkono y'icyuma

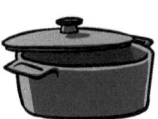

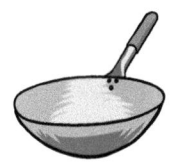

okkipannu / kadai-pannu

ipanu ifukuye cyane

paistinpannu

ipanu

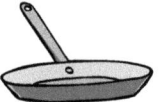

teepannu

ibirika

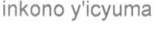

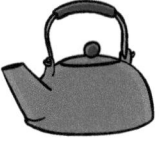

höyrykeitin

isafuriya ya peresiyo

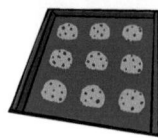

uunipelti

isahani yo mu ifuru

astiat

ibyombo

muki

igikombe

kulho

isorori

syömäpuikot

uduti abashinwa barisha

kauha

ikiyiko kigabura

paistinlasta

Ikiyiko cyarura ifiriti

vispilä

umutozo

siivilä

paswari

siivilä

akayunguruzo

raastin

agaharuzo ka karoti

mortteli

isekuru

grilli

icyokezo

avotuli

shomine

leikkuulauta
akabaho ko gukatiraho
imboga

kaulin
umwuko

korkinavaaja
urufunguzo rwa divayi

purkki
agakopo

purkinavaaja
urufunguzo rw'amakopo

pannulappu
umukondo w'icyungo

lavuaari
ravabo

tiskiharja
uburoso

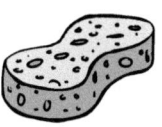

pesusieni
iponji

tehosekoitin
mixer

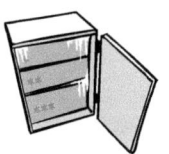

pakastin
firigo itambitse

tuttipullo
bibero

vesihana
robine

keittiö - igikoni

kylpyhuone
ubwogero

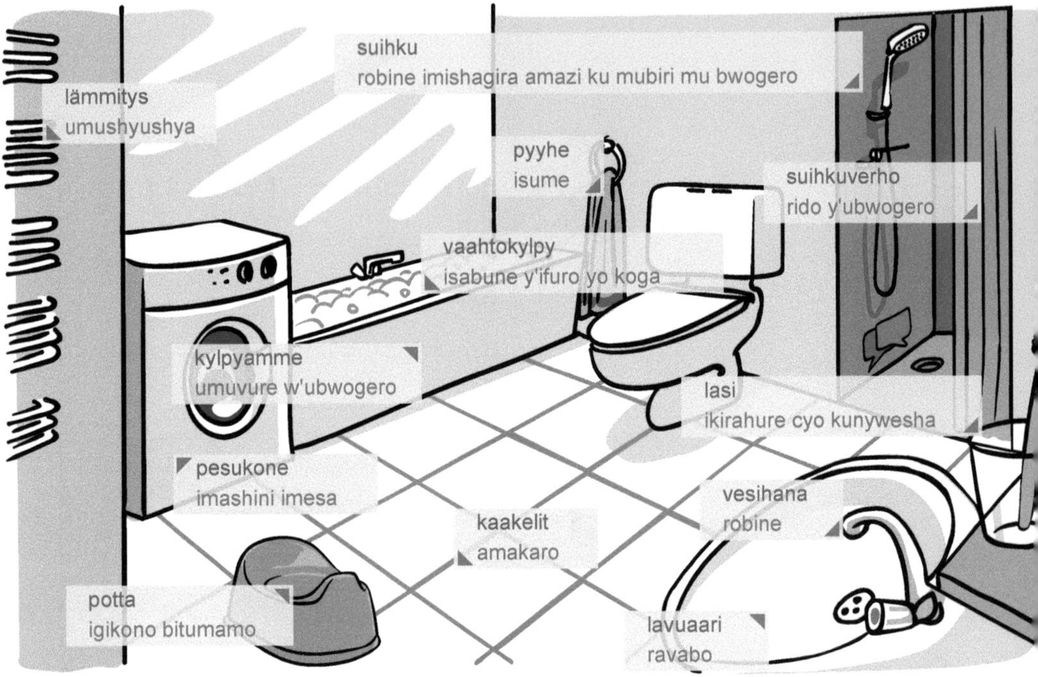
suihku
robine imishagira amazi ku mubiri mu bwogero
lämmitys
umushyushya
pyyhe
isume
suihkuverho
rido y'ubwogero
vaahtokylpy
isabune y'ifuro yo koga
kylpyamme
umuvure w'ubwogero
lasi
ikirahure cyo kunywesha
pesukone
imashini imesa
vesihana
robine
kaakelit
amakaro
potta
igikono bitumamo
lavuaari
ravabo

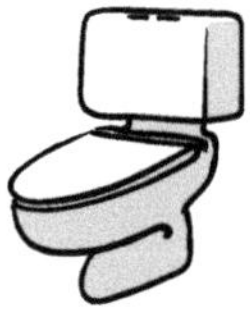
vessa
ubwiherero

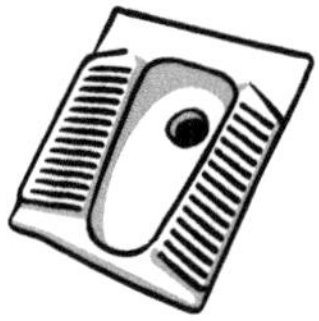
kyykkyvessa
umusarani wo gusutama

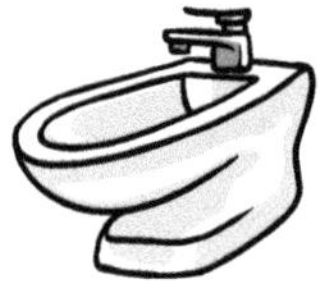
bidee
igikono cy'ubwiherero bwo mu nzu

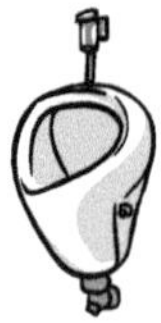
pisuaari
aho bihagarika

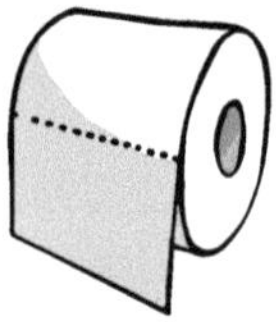
vessapaperi
papiyejenike

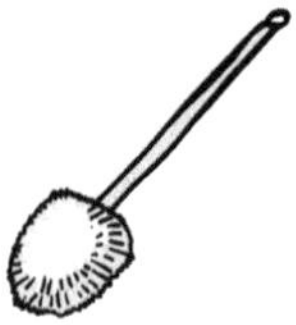
vessaharja
uburoso bwo mu bwiherero

hammasharja

uburoso bw'amenyo

hammastahna

korogati

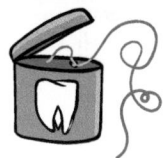

hammaslanka

akagozi ko kwihaganyuza amenyo

pestä

gukaraba

käsisuihku

akamishagira amazi ku mubiri bafata mu ntoki

intiimisuihku

ubwogero bw'amazi yisuka

pesuvati

vabo bakarabiramo intoki

selkäharja

uburoso bwo kwitsiritisha mu mugongo

saippua

isabune

suihkugeeli

isabune yo mu bwogero

shampoo

isabune yo kumeshesha umusatsi

pesulappu

icyangwe cyo kwiyuhagiza

viemäri

uyobora amazi yanduye

voide

ikimuri

deodorantti

umubavu

peili

ikirori cyo mu ntoki

käsipeili

ikirori cyo mu ntoki

partaveitsi

urwembe

partavaahto

ifuro ryo kurinda imiburu

partavesi

umuti ukingira imiburu

kampa

igisokozo

harja

uburoso

hiustenkuivaaja

imashini yumisha umusatsi

hiuslakka

amarashi y'umusatsi

meikki

igishahuro cyo kwitera

huulipuna

rujalevure

kynsilakka

verini y'inzara

pumpuli

ipamba

kynsisakset

agasena inzara

hajuvesi

umubavu

kosmetiikkalaukku

agafuka k'ibikoresho byo
mu bwogero

jakkara

intebe

vaaka

umunzani

kylpytakki

ikanzu yo kujyana mu
bwogero

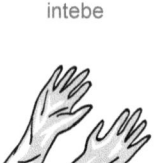

kumihansikkaat

udupfukantoki two
gusukuza

tamponi

urubindo

terveysside

udupapuro two
vihanaguza mu bwiherero

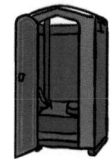

kemiallinen wc

ubwiherero bwimukanwa

lastenhuone
icyumba cy'abana

herätyskello
inzogera y'isaha ikangura
pehmolelu
igipupe gikoze mu myenda
leikkiauto
udukinisho tw'imodoka
helistin
ikinyuguri
nukkekoti
inzu y'ibipupe
lahja
impano

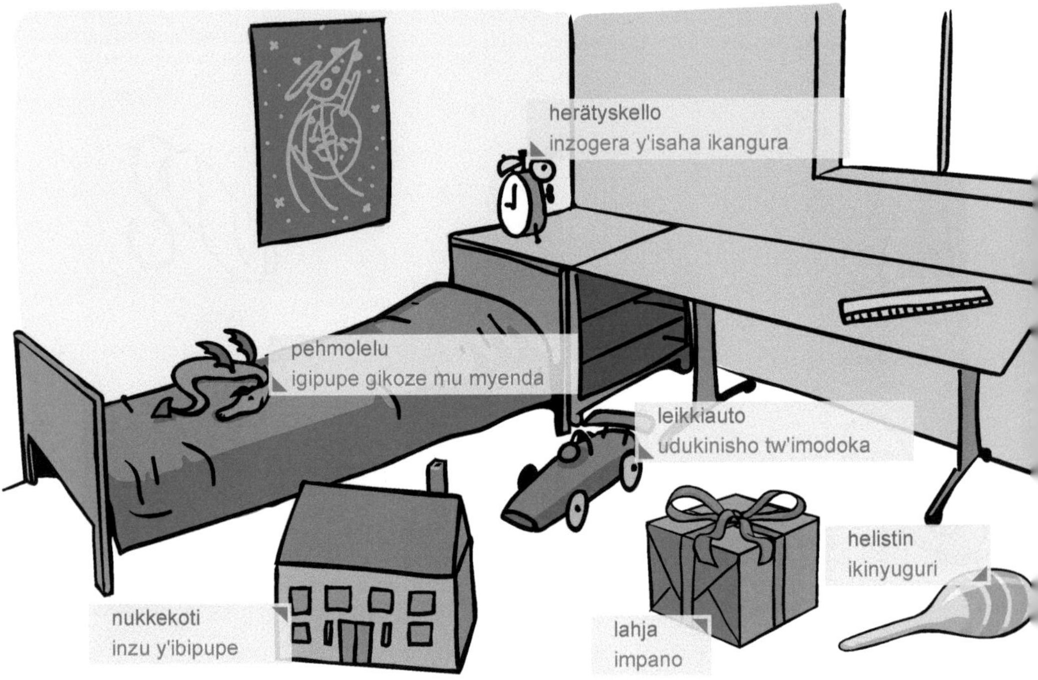

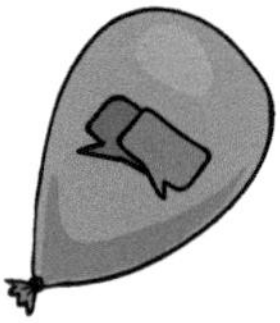

ilmapallo

ballon

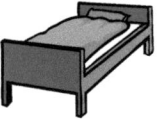

sänky

igitanda

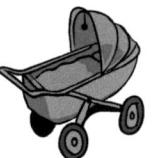

lastenvaunut

agapusipusi

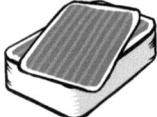

korttipeli

amakarita

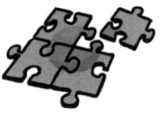

palapeli

kubaka ishusho bacagaguye

SUPER MEGA

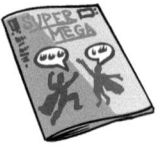

sarjakuva

inkuru isetsa

legopalikat

gucomekanya udutafari

rakennuspalikat

udutafari tw'udukinisho

supersankari

igikinisho

potkupuku

ipinjama y'uruhinja

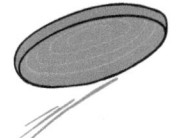

frisbee

gutera indege

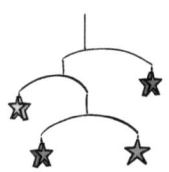

mobile

terefoni ngendanwa

lautapeli

imikino yo kuganiriraho

noppa

igisoro

pienoisjunarata

gariyamoshi y'igikinisho

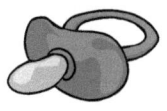

tutti

ikinyonyo

juhlat

umunsi mukuru

kuvakirja

arubumu

pallo

umupira

nukke

agapupe

leikkiä

gukina

hiekkalaatikko

igikarito cy'umucanga

keinu

urwicundo

lelut

ibikinisho

pelikonsoli

agasanduku k'imikino yo
kuri videwo

kolmipyörä

akagare k'imipine itatu

nalle

igipupe k'ibyoya

vaatekaappi

akabati k'imyenda

vaatteet

imyambaro

sukat

amasogisi

nylonsukat

amasogisi afatanye n'ikariso

sukkahousut

kora

kaulaliina
akitero

vyö
umukandara

sateenvarjo
umutaka

t-paita
agapira ko hejuru

lenkkarit
superese

saappaat
bote

sisätossut
inkweto zo kubyukan

sandaalit
isandari

kengät
inkweto

kumisaappaat
bote za kawucu

alushousut
imyenda y'imbere

rintaliivit
isutiye

aluspaita
isengeri

vaatteet - imyambaro

body

body

housut

ipantalo

farkut

ikoboyi

hame

ijipo

pusero

ishati y'abagore

paita

ishati

villapaita

umupira w'imbeho

collegepaita

umupira w'ingofero

jakku

agakoti

takki

ijaketi

takki

ikoti

sadetakki

ikoti ry'imvura

puku

umwambaro w'ibikino

mekko

ikanzu

hääpuku

ikanzu y'abageni

puku
kostitimu

yöpaita
ikanzu yo kurarana

pyjama
ipinjama

shari
nukenyero w'abahindikazi

päähuivi
igitambaro cyo mu mutwe

turbaani
urugori

burka
mwitandiro uhisha isura

kaftaani
ikanzu ndende

abaya
igishura

uimapuku
imyenda yo
kwidumbaguzanya

uimahousut
ikariso yo
kwidumbaguzanya

shortsit
ikabutura

verkkarit
tereningi

esiliina
itaburiya

käsineet
udupfukantoki

nappi

igipesu

silmälasit

amadarubindi

rannekoru

igikomo

kaulakoru

umukufi

sormus

impeta

korvakoru

iherena

lippalakki

ingofero

ripustin

porutemanto

hattu

ingofero

solmio

karuvati

vetoketju

imashini yo ku mwenda

kypärä

kasike

henkselit

amaburuteri

koulupuku

umwambaro w'ishuri

univormu

impuzankano

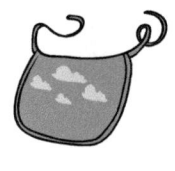

ruokalappu

agakingirankonda

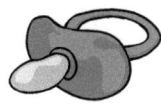

tutti

ikinyonyo

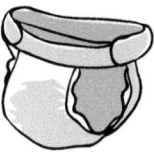

vaippa

amaranje

toimisto

ibiro

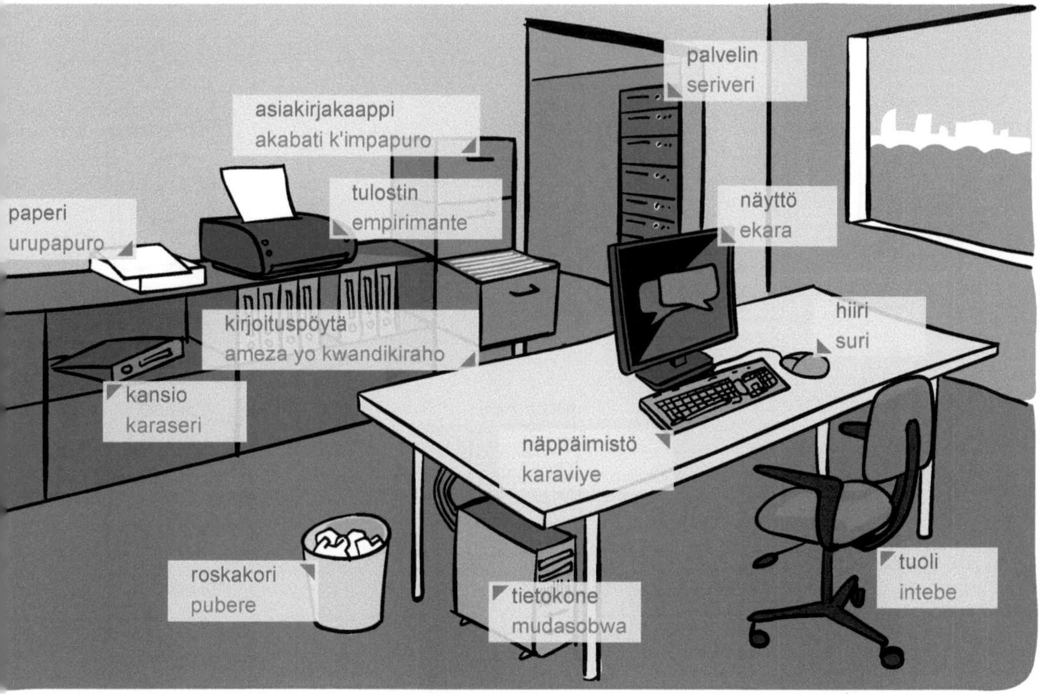
palvelin
seriveri
asiakirjakaappi
akabati k'impapuro
tulostin
empirimante
paperi
urupapuro
näyttö
ekara
hiiri
suri
kirjoituspöytä
ameza yo kwandikiraho
kansio
karaseri
näppäimistö
karaviye
roskakori
pubere
tietokone
mudasobwa
tuoli
intebe

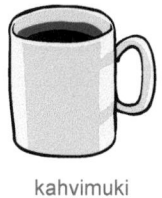

kahvimuki

igikombe k'ikawa

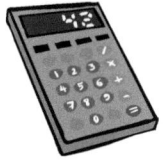

taskulaskin

akabarisho

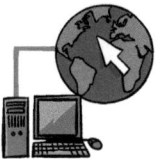

internet

enterineti

kannettava tietokone

laputopu

kirje

ibaruwa

viesti

ubutumwa

kännykkä

ngendanwa

verkko

netiwake

kopiokone

fotokopiyeze

ohjelmisto

porogaramu

puhelin

telefoni

pistorasia

purize

faksi

imashini yohereza fagisi

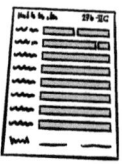

lomake

fomu

asiakirja

inyandiko

ostaa

kugura

maksaa

kwishyura

vaihtaa

gucuruza

raha

amafaranga

 **USD**

dollari

idorari

 **EUR**

euro

iyero

 **JPY**

jeni

iyeni

 **RUB**

rupla

irubure

 **CHF**

frangi

ifaranga ry'irisuwisi

 **CNY**

renminbi juan

iriyuwani

 **INR**

rupia

irupi

pankkiautomaatti

icyuma cya banki
babikurizaho

rahanvaihto

ku muvunjayi

kulta

zahabu

hopea

feza

öljy

peteroli

energia

ingufu z'amashanyarazi

hinta

igiciro

sopimus

kontaro

vero

tagisi

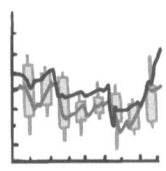

osake

isoko ryo kugura no kugurisha

työskennellä

gukora

työntekijä

umukozi

työnantaja

umukoresha

tehdas

uruganda

liike

iduka

ammatit
imirimo

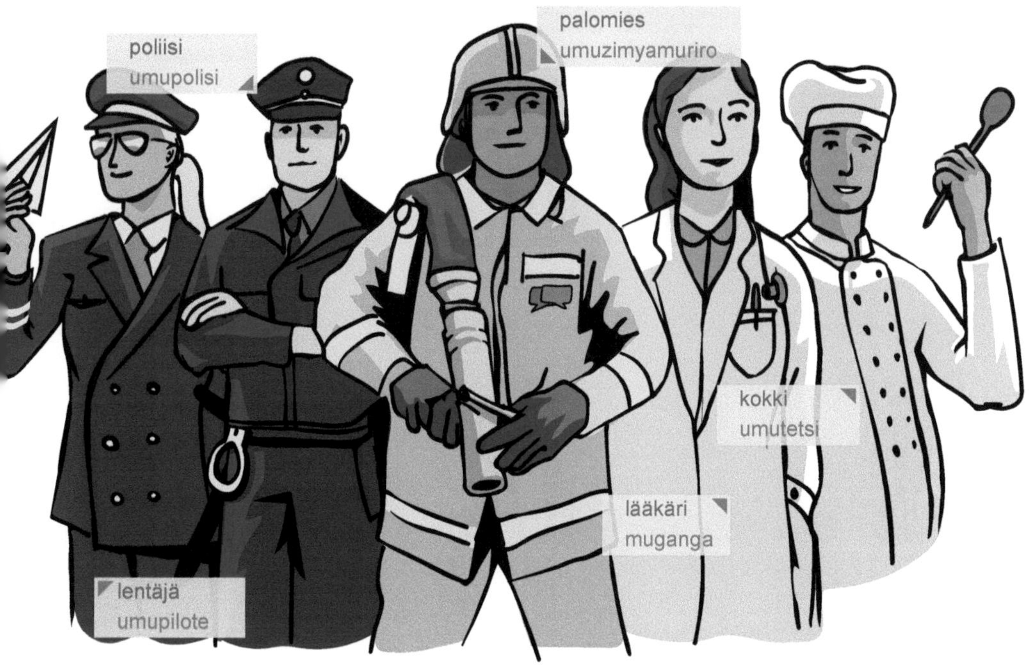
poliisi
umupolisi
palomies
umuzimyamuriro
kokki
umutetsi
lääkäri
muganga
lentäjä
umupilote

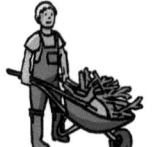

puutarhuri
umujaridiniye

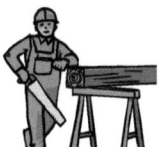

puuseppä
umubaji

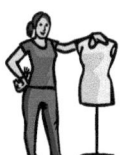

ompelija
umudozi

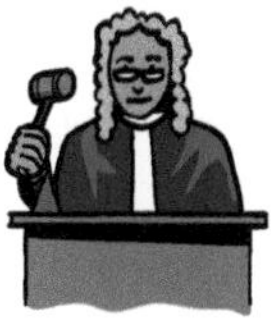

tuomari
umucamanza

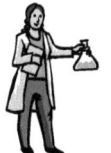

kemisti
umunyabutabire

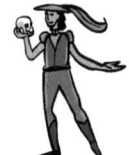

näyttelijä
umukinnyi wa filimi

linja-autonkuljettaja

umushoferi wa bisi

taksinkuljettaja

umushoferi wa tagisi

kalastaja

umurobyi

siivooja

umugore ushinzwe gukora isuku

katontekijä

umufundi usakara

tarjoilija

umuseriveri

metsästäjä

umuhigi

maalari

umuntu usiga irangi

leipuri

Umuntu ukora imigati

sähköasentaja

Umuntu ukora mu mashanyarazi

rakentaja

umufundi

insinööri

injenyeri

teurastaja

umubazi

putkiasentaja

umutnu ukora mu mazi

postinjakaja

umuparanto

sotilas

umusirikare

arkkitehti

umwubatsi

kassanhoitaja

umubitsi

floristi

nuntu ukora mu by'indabo

kampaaja

kimyozi

konduktööri

komvuwayeri

mekaanikko

umukanishi

kapteeni

kapiteni

hammaslääkäri

muganga w'amenyo

tiedemies

umuhanga muri siyansi

rabbi

rabi

imaami

imamu

munkki

umumwane

pappi

umuyobozi w'idini

työkalut
ibikoresho

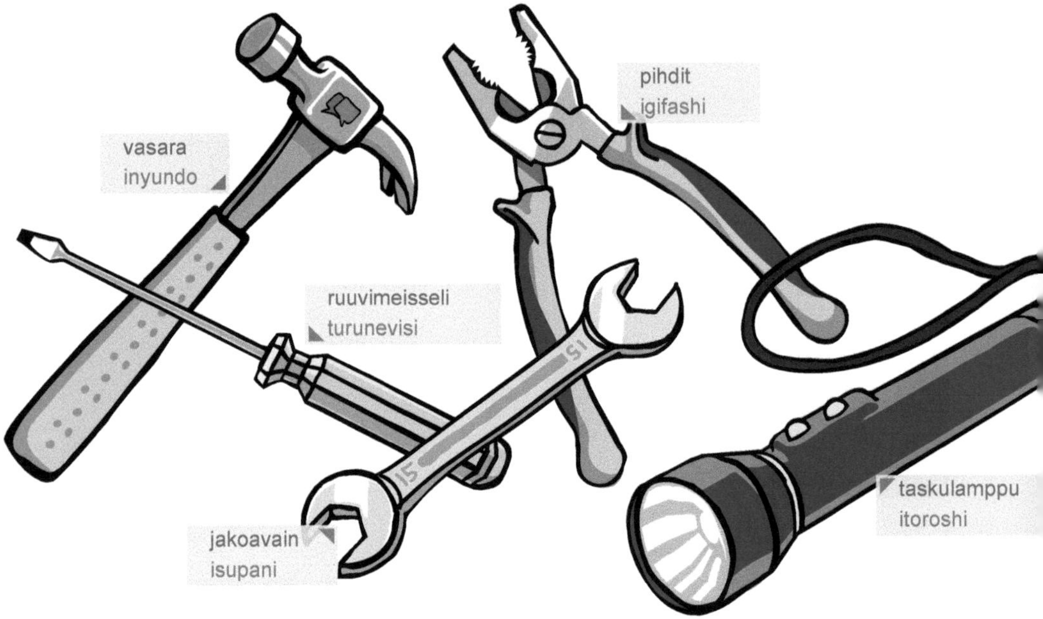

pihdit
igifashi
vasara
inyundo
ruuvimeisseli
turunevisi
taskulamppu
itoroshi
jakoavain
isupani

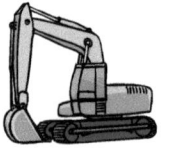

kaivinkone

ipiki

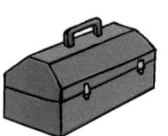

työkalupakki

isanduku y'ibikoresho

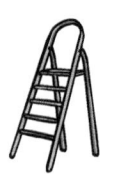

tikkaat

urwego

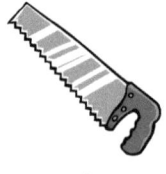

saha

urukero

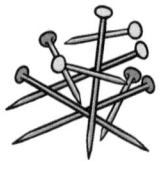

naulat

imisumari

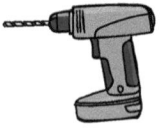

pora

itindo

korjata

gusana

lapio

igitiyo

Hitto!

wo gacwa we

rikkalapio

igitiyo

maalipurkki

igikombe k'irangi

ruuvit

amavisi

soittimet

ibyuma by'umuziki

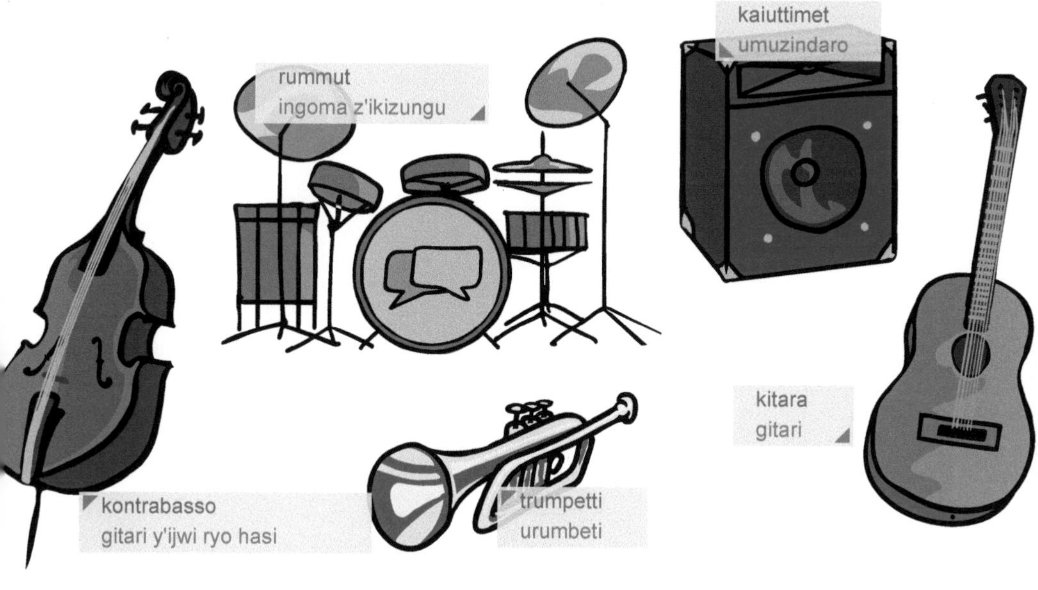

kaiuttimet
umuzindaro

rummut
ingoma z'ikizungu

kitara
gitari

kontrabasso
gitari y'ijwi ryo hasi

trumpetti
urumbeti

piano

piyano

viulu

iningiri

basso

gitari idunda

patarummut

sembare

rumpu

ingoma

kosketinsoitin

inanga ya kizungu

saksofoni

sagisofone

huilu

umwirongi

mikrofoni

indangururamajwi

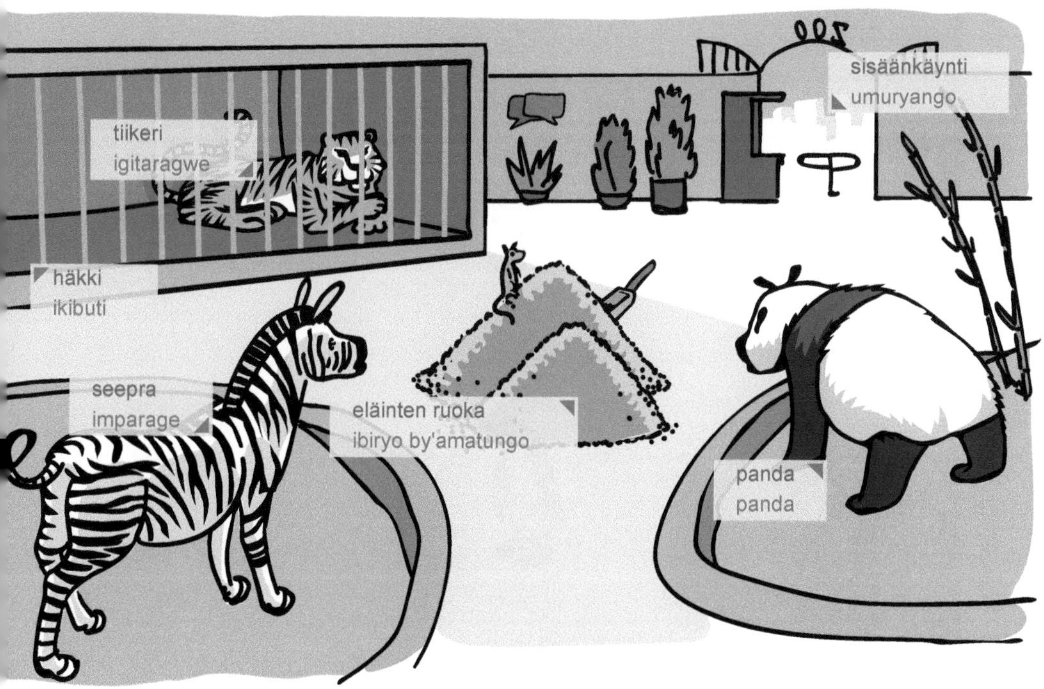

tiikeri
igitaragwe

sisäänkäynti
umuryango

häkki
ikibuti

seepra
imparage

eläinten ruoka
ibiryo by'amatungo

panda
panda

eläimet

inyamaswa

norsu

inzovu

kenguru

kanguru

sarvikuono

inkura

gorilla

ingagi

karhu

idubu

kameli

ingamiya

strutsi

imbuni

leijona

intare

apina

inguge

flamingo

uruyongoyongo

papukaija

gasuku

jääkarhu

idubu yo mu bukonie

pingviini

inyoni yo ku mazi

hai

igifi kinini

riikinkukko

inyoni y'amasunzu

käärme

inzoka

krokotiili

ingona

eläintarhanhoitaja

umurinzi

hylje

umuhuri

jaguaari

ingwe

poni

icyana k'ifarasi

leopardi

ingwe

virtahepo

imvubu

kirahvi

umusumbarembo

kotka

inkona

villisika

isatura

kala

ifi

kilpikonna

akanyamasyo

mursu

igifi k'imikaka

kettu

umuhari

gaselli

isha

amerikkalainen jalkapallo
Futuboro y'abanyamerika

pyöräily
gusiganwa ku magare

tennis
tenisi

koripallo
Basiketi

uinti
umukino wo koga

nyrkkeily
umukino w'amakofe

jääkiekko
Hoke yo ku rubura

jalkapallo

umupira w'amaguru

sulkapallo

umukino wa badminton

yleisurheilu

abakina imikino
ngororamubiri

käsipallo

handibolo

hiihto

guserereka kuri neje

poolo

polo

nauraa
guseka

hypätä
gusimbuka

halata
guhobera

kävellä
kugenda

laulaa
kuririmba

unelmoida
kurota

rukoilla
gusenga

suudella
gusomana

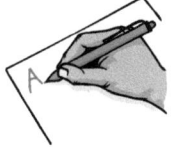

kirjoittaa
kwandika

piirtää
gushushanya

näyttää
kwerekana

painaa
gusunika

antaa
gutanga

ottaa
gufata

omistaa

kugira

tehdä

gukora

olla

kuba

seisoa

guhaguruka

juosta

kwiruka

vetää

gukurura

heittää

kujugunya

kaatua

kugwa

maata

kuryama

odottaa

gutegereza

kantaa

kwikorera

istua

kwicara

pukeutua

kwambara

nukkua

gusinzira

herätä

gukanguka

katsoa

kureba

itkeä

kurira

silittää

kwagaza

kammata

gusokoza

puhua

kuvuga

ymmärtää

gusobanukirwa

kysyä

kubaza

kuunnella

kumva

juoda

kunywa

syödä

kurya

siivota

gushyira ku murongo

rakastaa

gukunda

keittää

guteka

ajaa

gutwara imodoka

lentää

kuguruka

purjehtia

kugashya

laskea

kubara

lukea

gusoma

oppia

kwiga

työskennellä

gukora

mennä naimisiin

kurongora

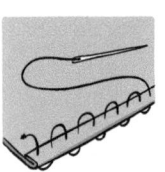

ommella

kudoda

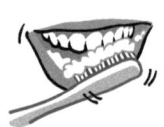

pestä hampaat

uburoso bw'amenyo

tappaa

kwica

tupakoida

kunywa itabi

lähettää

kohereza

perhe
umuryango

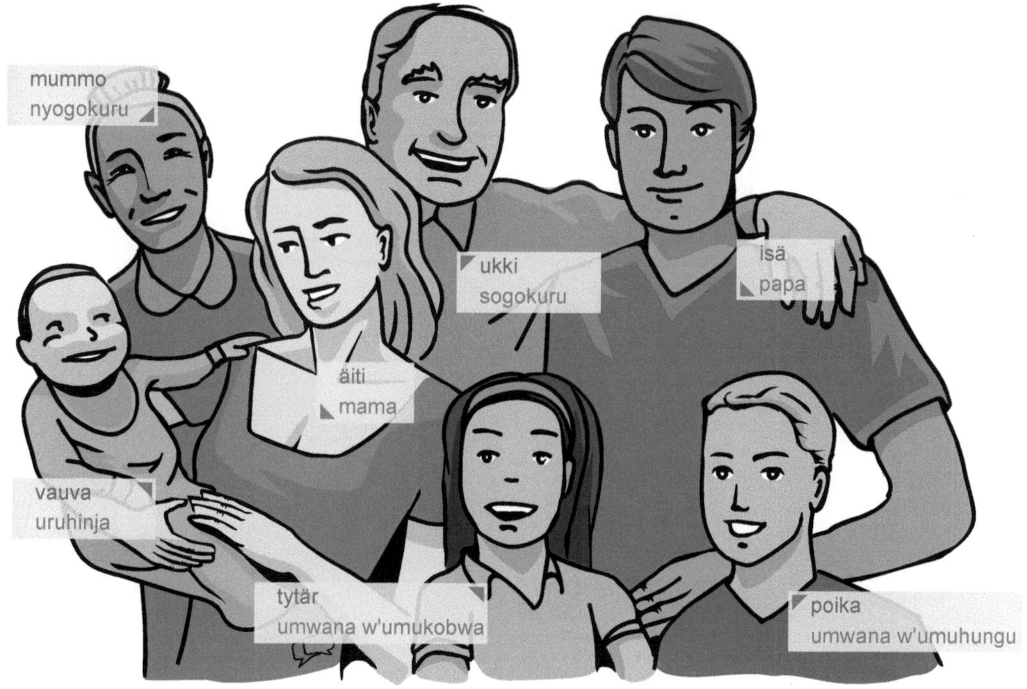
mummo
nyogokuru
ukki
sogokuru
isä
papa
äiti
mama
vauva
uruhinja
tytär
umwana w'umukobwa
poika
umwana w'umuhungu

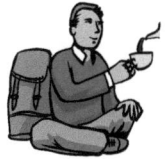

vieras

umushyitsi

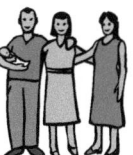

täti

masenge

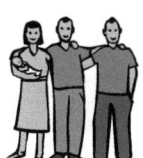

setä

marume

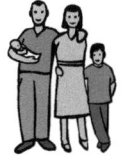

veli

musaza wange

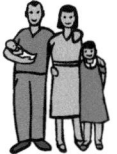

sisko

mushiki wange

vartalo
umubiri

otsa
agahanga k'imbere
silmä
ijisho
olkapää
urutugu
sormet
urutoki
kasvot
isura
leuka
akananwa
käsi
ikiganza
jalka
ukuguru
rinta
ibere
käsivarsi
ukuboko

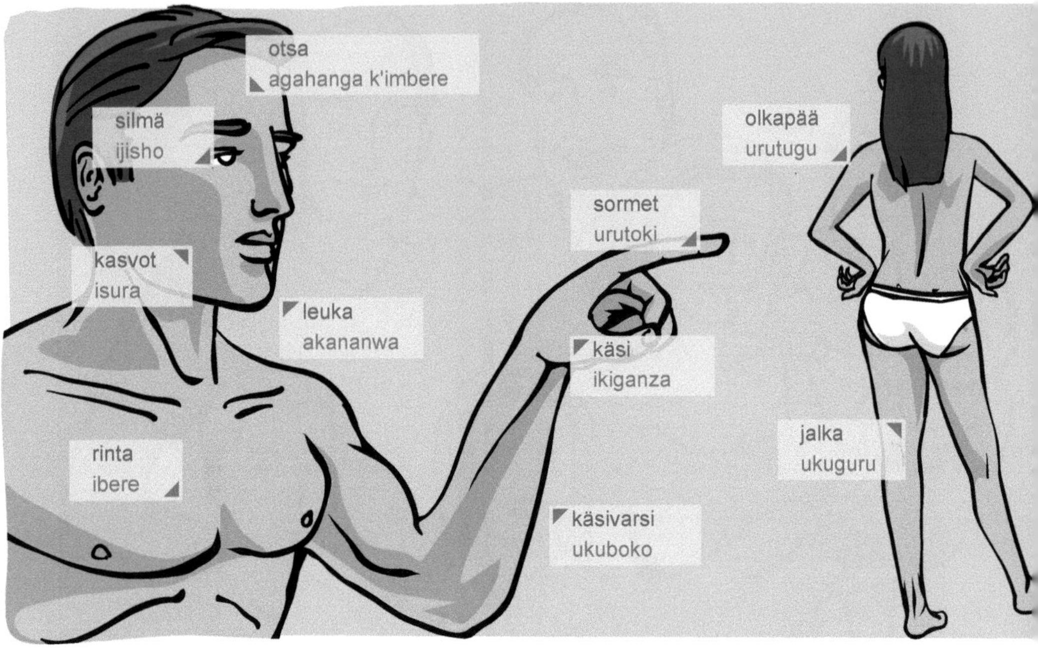

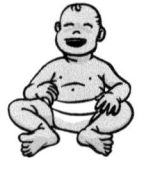

vauva
uruhinja

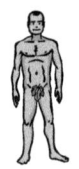

mies
umugabo

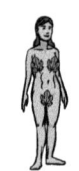

nainen
umugore

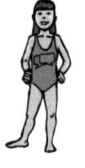

tyttö
umukobwa

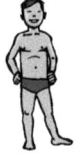

poika
umuhungu

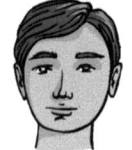

pää
umutwe

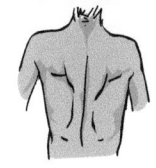

selkä

umugongo

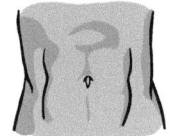

maha

inda

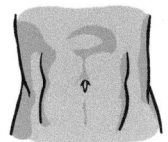

napa

umukondo

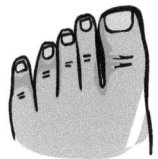

varvas

ino

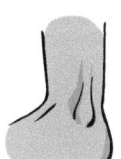

kantapää

agatsinsino

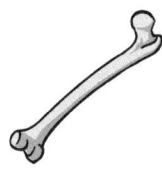

luu

igufa

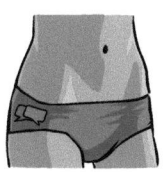

lantio

amayunguyungu

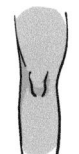

polvi

ivi

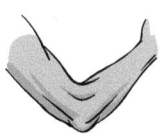

kyynärpää

inkokora

nenä

izuru

takapuoli

ikibuno

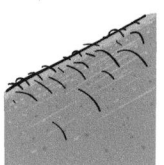

iho

uruhu

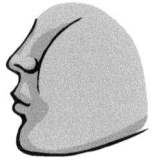

poski

itama

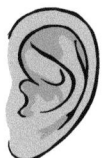

korva

ugutwi

huuli

umunwa

vartalo - umubiri

suu

mu munwa

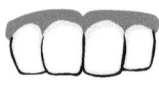

hammas

iryinyo

kieli

ururimi

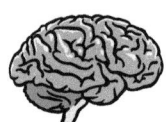

aivot

ubwonko

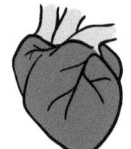

sydän

umutima

lihas

umutsi

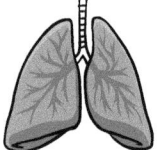

keuhkot

ibihaha

maksa

umwijima

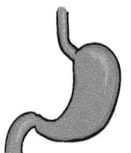

vatsa

igifu

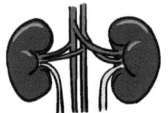

munuaiset

impyiko

seksi

igitsina

kondomi

agakingirizo

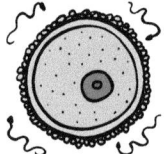

munasolu

intanga

sperma

amasohoro

raskaus

gusama inda

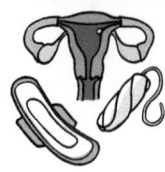

kuukautiset

imihango

vagina

igituba

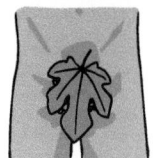

penis

imboro

kulmakarvat

ibitsike

hiukset

umusatsi

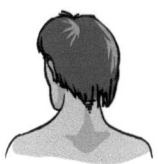

niska

ijosi

sairaala
ibitaro

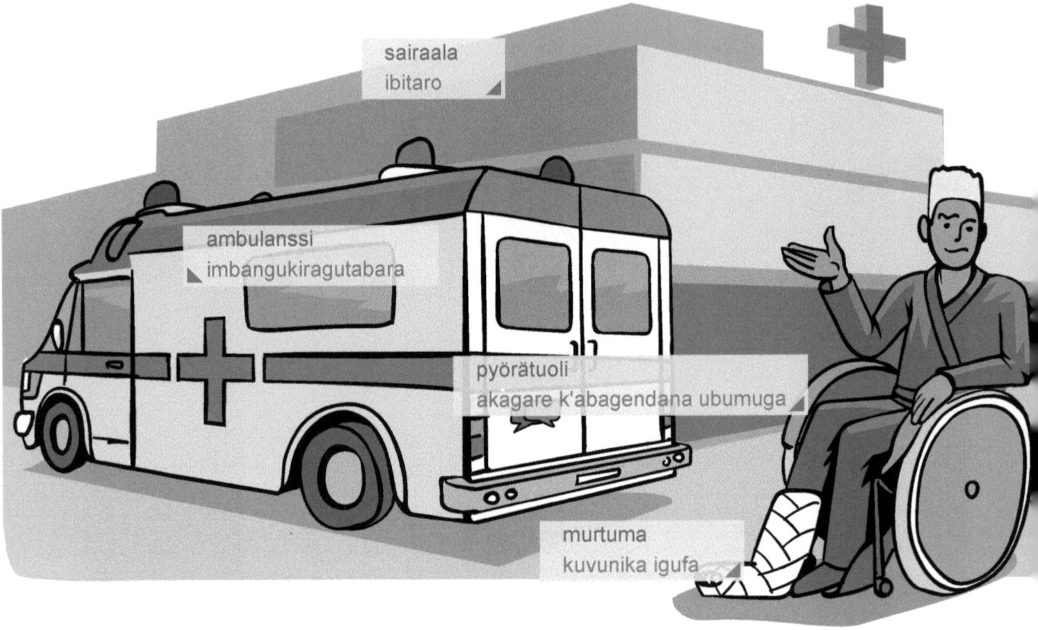

sairaala
ibitaro
ambulanssi
imbangukiragutabara
pyörätuoli
akagare k'abagendana ubumuga
murtuma
kuvunika igufa

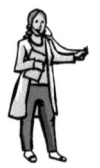

lääkäri
muganga

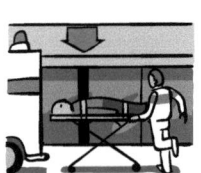

ensiapu
icyumba k'indembe

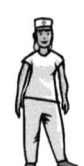

sairaanhoitaja
umuforomo kazi

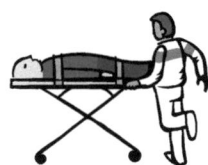

hätätilanne
mu ndembe

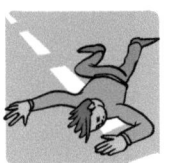

tajuton
guta ubwenge

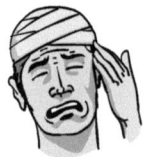

kipu
ububabare

vamma

igikomere

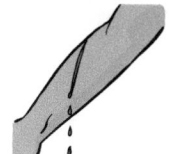

verenvuoto

kuva amaraso

sydänkohtaus

gufatwa n'umutima

aivoinfarkti

kuziba k'udutsi two mu bwonko

allergia

kwivumbura k'umubiri

yskä

inkorora

kuume

umuriro

flunssa

ibicurane

ripuli

impiswi

päänsärky

kurwara umutwe

syöpä

kanseri

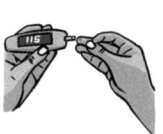

diabetes

diyabete

kirurgi

muganga ubaga

veitsi

icyuma kibaga umurwayi

leikkaus

kubagwa

ct
ifoto yo mu cyuma

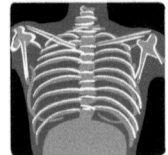

röntgen
radiyo

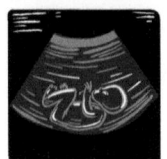

ultraääni
isuzuma rikoresha amajwi

maski
agapfukamunwa

sairaus
indwara

odotushuone
icyumba bategererezamo

sauva
imbago yo kwicumba

laastari
pasema

side
igipfuko

pistos
urushinge

stetoskooppi
igipimo cy'umutima

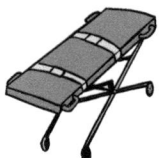

paarit
burankari

kuumemittari
igipimo cy'umuriro

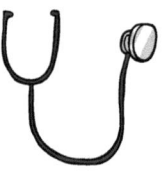

syntymä
ivuka

ylipaino
umubyibuho ukabije

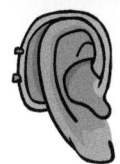

kuulolaite

yunganirangingo y'amatwi

desinfiointiaine

umuti wica mikorobe

infektio

ubwandu

virus

virusi

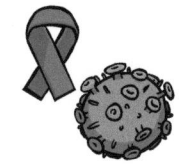

HIV / AIDS

Virusi itera sida / Sida

lääke

ubuganga

rokotus

gukingira

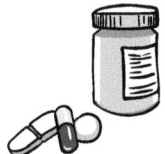

tabletit

ibinini

pilleri

ikinini

hätäpuhelu

guhamagara byihutirwa

verenpainemittari

igenzura ry'umuvuduko
w'amaraso

sairas / terve

urwaye / ufite amagara
meza

Apua!

Ntabara!

hälytys

inzogera itabaza

ryöstö

gusagarira

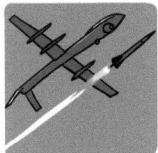

hyökkäys

igitero

vaara

icyateza amakuba

hätäuloskäynti

umuryango unyuramo ukiza amagara

Tulipalo!

Inkongi!

palosammutin

ikizimyamuriro

onnettomuus

impanuka

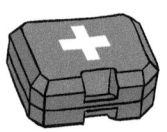

ensiapulaukku

ibikoresho by'ubutabazi bw'ibanze

SOS

induru itabaza

poliisilaitos

polisi

Eurooppa

Uburayi

Pohjois-Amerikka

Amerika y'Amajyaruguru

Etelä-Amerikka

Amerika y'Amagepfo

Afrikka

Afurika

Aasia

Aziya

Australia

Ositarariya

Atlantin valtameri

Atalantika

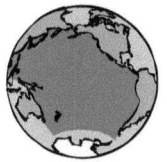

Tyynimeri

Oasifika

Intian valtameri

Inyanja y'Abahinde

Eteläinen jäämeri

Inyanja y'Antagitika

Pohjoinen jäämeri

Inyanja y'Arigitika

pohjoisnapa

Amajyaruguru y'Isi

etelänapa

Amagepfo y'Isi

Antarktis

Antaragitika

maa

Isi

maa

ubutaka

meri

ikiyaga

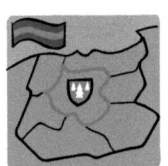

saari

ikirwa

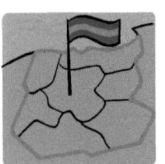

kansa

igihugu

osavaltio

leta

kellotaulu

kadere y'isaha

tuntiviisari

urushinge rw'amasaha

minuuttiviisari

urushinge rw'iminota

sekuntiviisari

rushinge rw'amasegonda

Paljonko kello on?

ni isaha ki?

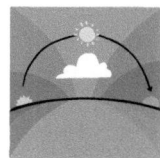

päivä

umunsi

aika

igihe

nyt

nonaha

digitaalikello

isaha y'imibare

minuutti

iminota

tunti

amasaha

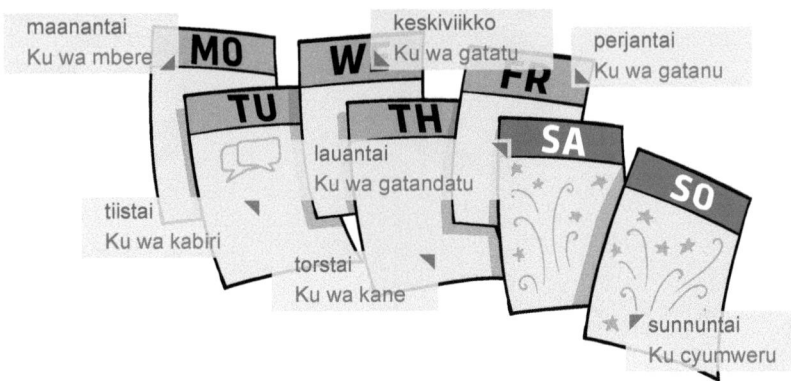

maanantai
Ku wa mbere

keskiviikko
Ku wa gatatu

perjantai
Ku wa gatanu

lauantai
Ku wa gatandatu

tiistai
Ku wa kabiri

torstai
Ku wa kane

sunnuntai
Ku cyumweru

eilen
ejo hashize

tänään
none

huomenna
ejo hazaza

aamu
igitondo

keskipäivä
saa sita

ilta
ku mugoroba

MO	TU	WE	TH	FR	SA	SU
1	2	3	4	5	6	7
8	9	10	11	12	13	14
15	16	17	18	19	20	21
22	23	24	25	26	27	28
29	30	31	1	2	3	4

työpäivät
iminsi y'akazi

MO	TU	WE	TH	FR	SA	SU
1	2	3	4	5	6	7
8	9	10	11	12	13	14
15	16	17	18	19	20	21
22	23	24	25	26	27	28
29	30	31	1	2	3	4

viikonloppu
wikendi

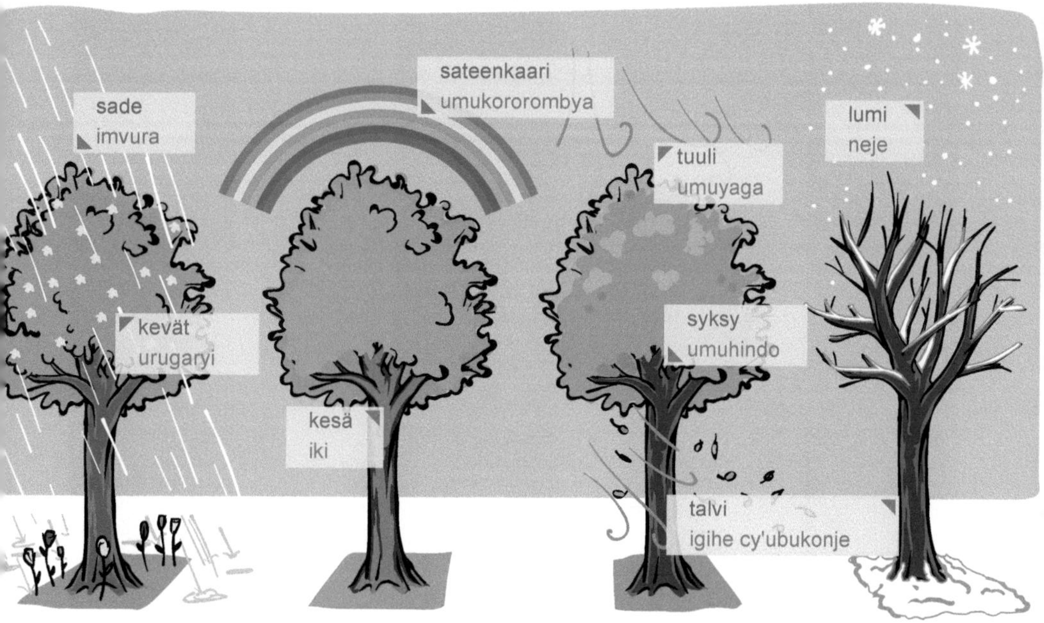

sade
imvura
sateenkaari
umukororombya
tuuli
umuyaga
lumi
neje
kevät
urugaryi
syksy
umuhindo
kesä
iki
talvi
igihe cy'ubukonje

4.APRIL 11°
5.APRIL 4°
6.APRIL 13°
7.APRIL 8°
8.APRIL 10°

sääennuste

iteganyagihe

F
C
120
90
60
30
0
-30
40
30
20
10
0
-10
-20

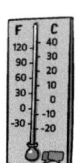

lämpömittari

igipimo cy'ubushyuhe

auringonpaiste

izuba rirashe

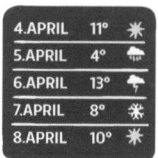

pilvi

ibicu

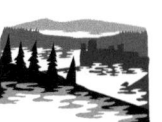

sumu

ibihu

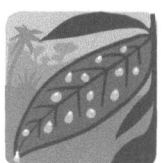

ilmankosteus

ububobere

salama
umurabyo

ukkonen
inkuba

myrsky
umuhengeri

rae
urubura

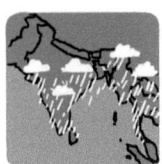

monsuuni
imiyaga ihuha iturutse mu nyanja

tulva
umwuzure

jää
barafu

tammikuu
Mutarama

helmikuu
Gshyantare

maaliskuu
Werurwe

huhtikuu
Mata

toukokuu
Gicurasi

kesäkuu
Kamena

heinäkuu
Nyakanga

elokuu
Kanama

syyskuu

Nzeri

lokakuu

Ukwakira

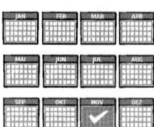

marraskuu

Ugushyingo

joulukuu

Ukuboza

muodot
amaforoma

ympyrä

uruziga

neliö

mpandenye

suorakulmio

urukiramende

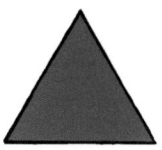

kolmio

mpandeshatu

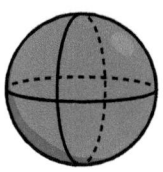

pallo

umubumbe

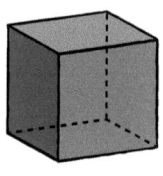

kuutio

kibe

valkoinen

umweru

keltainen

umuhondo

oranssi

oranje

vaaleanpunainen

iroza

punainen

umutuku

violetti

isine

sininen

ubururu

vihreä

icyatsi kibisi

ruskea

igihogo

harmaa

ikigina

musta

umukara

paljon / vähän

byinshi / bike

vihainen / ystävällinen

urakaye / utuje

kaunis / ruma

mwiza / mubi

alku / loppu

intangiriro / impera

suuri / pieni

kinini / gito

vaalea / tumma

gikeye / kijimye

veli / sisko

musaza / mushiki

puhdas / likainen

gisukuye / cyanduye

täydellinen / epätäydellinen

kirangiye / kitarangiye

päivä / yö

umunsi / ijoro

kuollut / elävä

wapfuye / muzima

leveä / kapea

hagari / hafunganye

syötävä / syömäkelvoton

kiribwa / kitaribwa

paha / kiltti

umugome / ugwa neza

innostunut / tylsistynyt

ushishikaye / warambiwe

lihava / laiha

ubyibushye / unanutse

ensimmäinen / viimeinen

mbere / nyuma

ystävä / vihollinen

inshuti / umwanzi

täysi / tyhjä

cyuzuye / kirimo ubusa

kova / pehmeä

gikomeye / cyoroshye

painava / kevyt

kiremeye / kitaremereye

nälkä / jano

inzara / inyota

sairas / terve

urwaye / ufite amagara
meza

laiton / laillinen

kemewe n'amategeko /
kibujijwe n'amategeko

älykäs / tyhmä

umunyabwenge / igicucu

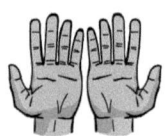

vasen / oikea

iburyo / ibumoso

lähellä / kaukana

hafi / kure

uusi / käytetty

gishya / cyakoze

ei mitään / jotain

nta kintu gihari / hari ikintu gihari

vanha / nuori

ushaje / muto

päällä / pois päältä

atsa / zimya

auki / kiinni

gifunguye / gifunze

hiljainen / äänekäs

ucecetse / usakuza

rikas / köyhä

ukize / ukennye

oikein / väärin

ni byo / si byo

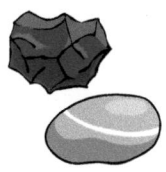

karhea / sileä

hahanda / hahehereye

surullinen / iloinen

urakaye / wishimye

lyhyt / pitkä

mugufi / muremure

hidas / nopea

urandaga / wihuta

märkä / kuiva

utose / wumye

lämmin / viileä

ashyushye / ahoze

sota / rauha

intambara / amahoro

0	**1**	**2**
nolla	yksi	kaksi
zeru	rimwe	kabiri

3	**4**	**5**
kolme	neljä	viisi
gatatu	kane	gatanu

6	**7**	**8**
kuusi	seitsemän	kahdeksan
gatandatu	karindwi	umunani

9	**10**	**11**
yhdeksän	kymmenen	yksitoista
icyenda	icumi	cumi na rimwe

12

kaksitoista

cumi na kabiri

13

kolmetoista

cumi na gatatu

14

neljätoista

cumi na kane

15

viisitoista

cumi na gatanu

16

kuusitoista

cumi na gatandatu

17

seitsemäntoista

cumi na karindwi

18

kahdeksantoista

cumi n'umunani

19

yhdeksäntoista

cumi n'icyenda

20

kaksikymmentä

makumyabiri

100

sata

ijana

1.000

tuhat

igihumbi

1.000.000

miljoona

miliyoni

englanti

Icyongereza

amerikanenglanti

Icyongereza
cy'Abanyamerika

mandariinikiina

Igishinwa k'ikimandarini

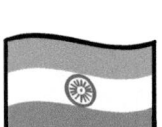

hindi

Igihindi

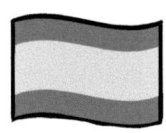

espanja

Ikesipanyoro

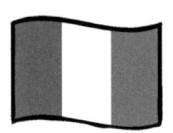

ranska

Igifaransa

arabia

Icyarabu

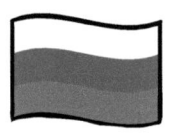

venäjä

Ikirusiya

portugali

Igiporutigari

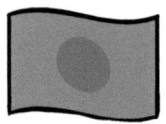

bengali

Ikibengari

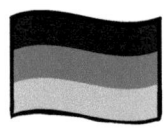

saksa

Ikidage

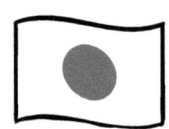

japani

Ikiyapani

minä

ge

sinä

wowe

hän

we / we / we

me

twe

te

mwe

he

bo

kuka?

nde?

mitä / mikä?

iki?

miten?

gute?

missä?

hehe?

milloin?

ryari?

nimi

izina

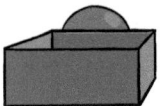

takana

inyuma

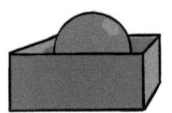

sisällä

mo imbere

edessä

imbere ya

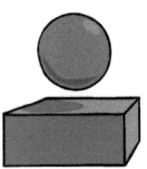

yläpuolella

hejuru ya

päällä

kuri

alapuolella

munsi ya

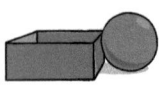

vieressä

iruhande

välissä

hagati

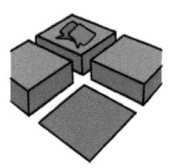

paikka

ahantu